முற்றத்தில் ஒரு பா பனுவல்

ஆனந்தி.க

ஏலே பதிப்பகம்

முற்றத்தில் ஒரு பா பனுவல்– கவிதைகள்
© ஆனந்தி.க 2021
எழுத்தாளர்: ஆனந்தி.க
முதல் பதிப்பு: செப்டம்பர் 2021

வெளியீடு:
ஏலே பதிப்பகம்
5/175, பாத்திமா நகர்,
கூத்தென்குழி,
திருநெல்வேலி – 627104
தொடர்புக்கு: 9944992571

Mutraththil oru paa panuval - Poetry
All CopyRights Reserved By © Anandhi.K 2021
Author: Anandhi.K
First Edition: September 2021

Published By:
Aelay Publish
5/175, Fathima nagar,
Kuthenkuly,
Tirunelveli -627104
Phone: 9944992571

Design And Executed by

ISBN : 978-93-5533-108-3
Page : 47

முகவுரை

இம்முகவுரையை எழுத தொடங்கும்போது , என்
எழுத்துக்கள் நான்,நீ என்று முந்தின .அதற்கும்
தெரிந்திருக்கும் போலிருக்கிறது .அவர்கள் இடம்பெறும்
முதல் புத்தகம் இதுவென்று .ஆம் ,இதுவே நான் எழுதும்
முதல் புத்தகம் ஆகும்.பயின்ற மொழிதனில் , " பா " எழுதி ,
பதிப்பகத்திற்கு அனுப்புதல் என்பது நான் ருசிக்காத
அனுபவம் .அதை ருசிக்க போகிறேன் என்று
நினைக்கும்பொழுது , மட்டற்ற மகிழ்வு என்னுள் .அதை
ஏற்படுத்தியமைக்கு , ஏலே பதிப்பகத்திற்கு என்னுடைய
எண்ணிலடங்கா நன்றியை எழுத்துக்களில் கூறுகிறேன்
.என் எழுத்துகளிலோ , கருத்துகளிலோ ஏதேனும் பிழை
இருப்பின் மன்னிப்பீர் ,திருத்துவீர் .
நவீன உலகத்தில் காகிதம் மற்றும் பேனா உபயோகம்
குறைந்து கொண்டே வருகிறது .அதை மீட்டெடுக்க முயலும்
என்னை போன்றவர்களுக்கு இப்புத்தகம் சமர்ப்பணம் ...

அன்புடன்
ஆனந்தி

பொருளடக்கம்

தமிழ் அன்னையே

யார் தான் நீ?

அன்னையா ? அய்யனா ? யார் நீ எனக்கு
அய்யனின் உதிரத்தை பகிர்ந்து ,
அன்னையின் தொப்புள்கொடியில் பயணித்து ,
என்னுயிர் அடைந்தாய்
கண் ஒளிக் கொடுத்து , நாவை நாட்டியமாட செய்து ,
முதன் மொழிதனிலே உன்னைத் துதிக்க வைத்தாய்
மூன்றெழுத்தால்,
உன் முழு அர்த்தத்தையும் " அம்மா " என்று ,
யார் தான் நீ ? அன்னையும் அய்யனையும் விஞ்சிய எம்
தமிழே
என்னுள் நீயே எல்லாம் நீயே!

எம்மொழி

மூவாயிரம் ஆண்டுகளுக்கு முன் தோன்றிய தென்மொழி ;
கிளைமொழி தோன்ற செய்த மூலமொழி ;
பேச்சை தொடர, எழுத்தை உயர்த்தும் நிலைத்தமொழி ;
இலக்கண நெறி மிளிரும் செம்மொழி ;
திகட்ட திகட்ட கற்கச்செய்யும் தேன்தமிழ் ;
தொன்மையில் மட்டுமல்ல தொடர்ச்சியிலும் இருக்கும்
வளர்த்தமிழ் ;
இயற்கையின் வளஞ்செரிக்க நீயோ வண்டமிழ் ;
அறிவையும் செறிவையும் இணைக்க நீயோ ஒண்டமிழ் ;
ஆயக்கலையை உணர்த்த, நீயோ இயற்றமிழ் ;
தனித்தன்மை கெடா இளமை தொடர ,நீயோ கன்னித்தமிழ் ;
மனிதத்தை ஒற்றை சொல்லால் இணைக்கமியலுமெனில்
அது உம்மொழியே ...
விடியல் விடியும் முதல் முடியும் வரை எம்முள் நீ ,
நீ யாராக இருக்கமுடியும்? என பலர் வியக்க , மொழிவேன்
அதுவே என் தாய்மொழி தமிழ் என்று!
காற்றடிக்கும் திசையெல்லாம் அசையும் தீபம் போல,
எங்கும் உன் சொல் பரவிட வகை செய்வோம்!

என்னுயிர்

எனக்கான நீ

பிஞ்சு பாதங்களில் முத்தங்கள் பல தந்தாயே!
தந்தை எனும் நாமம் பெற தவம் பல புரிந்தாயே!
என் சிரிப்பை கொள்ளைக் கொள்ளக் கோமாளி நீயே!
என் உளறல் பேச்சுக்களை வியந்து கேட்கும் ஏமாளி நீயே!
நான் அடம்பிடித்தாலும் அடங்கிப்போகும் சுமைதாங்கி நீயே!
நீ தூங்கும்போது உன் நெற்றிமீது முத்தங்கள் வைப்பேன் நானே!

மகளின் காத்திருப்பு

முதலில் நான் கூறுவேன் , நீ தொலைவதற்கு என் உறவல்ல
உணர்வு என்று !
தற்போது பயம்கொள்கிறேன் , அவ்வுணர்வு காயமாக
மாறுமோ என்று ;
இதயத்தில் இருக்கும் காயம் விழிகளுக்கு தெரிவதில்லை ,
அக்காயம் இதயத்தை தாக்குமானால் என் உயிர்
இவ்வுலகில் இல்லை ;
அவ்வுயிரே உன் கரங்களின் அரவணைப்பில்
அடிமையாகும் ;
பிரிந்தாய் என் ஐந்தாம் வயதில் என்னை விட்டு ,
ஒவ்வொரு நாளும் உன்னை எதிர்நோக்கி
காத்திருக்கிறேன் ,
நீ என்னை இரட்சிப்பாய் என்றில்லை ,
" ஆரிரோ ஆராரிரோ " எனும் தந்தையின் தாலாட்டிற்காக ...
என்றும் உன் நினைவுடன் உன் மகள்!

என்னுலகம்

இயற்கை

பல வண்ணங்களை கலவையாகக் கொண்ட முகிலும் ,

பறந்து விரிந்தநீரை தன்னிடத்தே அடக்கியுள்ள பாரியும்,

விழிகளை ஒளியால் கூசச் செய்யும் கதிரவனும்,

வையகத்தை குனிந்து பார்க்கும் விண் ணும் ,

ஆகாயத்தை அண்ணாந்து பார்க்கும் பூமித் தாயும்

ஆர்பரிக்கும் அசனியையும் அரவலைக்கும் மழையும்

பார்வைக்கும் எட்டாத உயரத்தில் நீண்டிருக்கும் மலையும்

பாச மலர்களாய் பறந்து திரியும் புள்ளும்

அனைத்தும் ஒரே கணத்தில் சங்கமித்தால் என்
உள்ளஉணர்வை சொல்ல வார்த்தைகள் எங்கேனும்
உண்டோ!

என்திங்கள்

வானமகள் நாண , வெள்ளைப்பூவாடை பூண்டவளே !

வனத்தின் சிறு துணுக்கிளும் புகுபவளே !

கிழவியை வடை சுட அனுமதித்தவளே !

கட்டபிரம்மசாரியையும் காதல் கொள்ள செய்பவளே !

பெண்மையே , பொறாமைகொள்ள வெண்மையை
நீடிப்பவளே !

பல வண்ணங்களைமிஞ்சும் , வண்ணத்தை பூசிப்பவளே !

இரவிலும் அயராது சுற்றித் திரிபவளே !

இல்லறத்தில் வாடகையின்றி நுழைபவளே !

எட்டாத உயரத்தில் இருந்தும் , என்னை எப்படியோ
ஆட்கொண்டவளே !

நீ களர்நிலமா !! கலங்கரை விளக்கமா !

ஆனந்தி.க

எம் மைந்தர்கள்

சின்ன கலைவாணரே

ஊருக்காக வாழ்பவன் தன்னை மறப்பான் என்றால் அது
கலையல்லவா ,

ஊசலில்ஆடிய பல உயிர்களை நகைச்சுவையாலயே
மீட்டார் என்றால் அது நீயல்லவா ;

இனி பகுத்தறிவிற்கு பஞ்சம் ஏற்படுமே ,

போர்க்களம் புகும் கால் முள் அறியுமே ;

கலைகளின் வெகுமதி உன்னிடத்தில் தலை வணங்குமே - நீ

காண்பித்த செயல்கள் நான்சாகும் வரையில் சாகாமல்
வருமே ;

நீ நட்டு வைத்த மரக்கன்றுகள் உன் புகழ் பாடும் ,

ஒவ்வொரு இதழின் சிரிப்பிலும் உன் கலை வாழும் ;

சரிந்தது சிந்திக்க செய்யும் சிரிப்பா ,

சிக்கன வாழ்வின் சிகரமா ;

எழுந்து வா, நீ நட்ட மரமெல்லாம் உனக்கு வரமளிக்கக்
காத்திருக்கிறது !

வைக்கம் வீரர்

பாகுபாட்டை ஒழிப்பேன் என்றேன்
சாதிக்குட்பட்டது என்றனர் ;

சாதியை ஒழிப்பேன் என்றேன்
மதங்களுக்குட்பட்டது என்றனர் ;

மதங்களை ஒழிப்பேன் என்றேன்
வேதங்களுக்குட்பட்டது என்றனர் ;

வேதங்களை ஒழிப்பேன் என்றேன்
கடவுளுக்குட்பட்டது என்றனர் ;

கடவுளுக்குட்பட்ட மூடநம்பிக்கைகளை
ஒழிக்க முற்பட்டேனே -அன்றி
கடவுளுக்கும் எனக்கும் எவ்வித விரோதமும் இல்லை....(ஈ
.வெ .ரா)

இளைஞர்களின் எழுச்சி நாயகன்

ஏவுகணை நாயகன்,
என் கனாவை திறவித்த திறவுகோல்,
ஏற்றத்தாழ்வில்லா மாமனிதர்,
நாத்திகம் உரைப்பவர் மத்தியில் சூத்திரம் வழங்கினார்
தேகம் மறந்து கனாவை உலா வராச் செய்தார்,
முடங்கி கிடந்த மனதில் அக்கினிச் சிறகை மூட்டினார் -
அவரே
எம்மின் நாவல்மணி, எம் இளைஞர்களின் எழுச்சி நாயகன்!

முத்துராமலிங்கம்

பாரும் விசும்பும் பணிந்தறியும் ;
தியாகமோ , அடக்கமோ அவருக்கிணை இங்கில்லை ;
தேசியவாதிக்கு தேசமே குறி ,
அரசியல்வாதிக்கு தேர்தலே குறி ,
இதுவே அவரின் சிந்தனை மதி ;
பிறப்பெடுத்த தினத்திலே , இறப்பை தனதாக்கினார் ;
அவரின் அறிவுரைகளைத் துதித்து , அவர்தம் வழிதனில்
நடப்போம்!

விவசாயிக்குத் தலைசாயி

படைப்பாளன்

சுகமாய் ,சேற்றின் நகை மிளிர , காற்றில் சிகை களைய ,
தூக்குவாளி கண்சிமிட்ட , காட்டுக்கஞ்சி உண்டு,
தரணித் தொட்டு செம்மல் பார்த்து ,
உழவு மேற்கொண்டால் , வேதனையாய்
தைத்த முள்ளினைத் தகர்க்க முடியாக் கால்கள் ,
வழியும் வியர்வையைத் துடைக்கவியலாக் கரங்கள் ,
விழுந்த துசித்தசியுடன் மூடா இமைகள் ,
ரேகை அழிந்தாலும் கலப்பையை விடா விரல்கள் ,
முயலாமையிலும் சுளிக்கா முகங்கள் ,
இவையெல்லாம் எதற்கோ ?
ஆறு திங்கள் முடிவில் எம்மின் மூச்சாய் தலை சாய்ந்து
நிற்கும் நெற்கதிரை காணவே "
அவனோ, இதை " சுகவேதனை " என்பான் ,
அவனே எம் விவசாயி!

உதிர்ந்த இலையா?

கதிரவன் கண்விழிக்கும்முன், களப்பையைத்
தனதாக்குவான்,
கொட்டும் அருவி நீரை, கொஞ்சிக் கொஞ்சிப் பருகுவான் ;

அன்னாந்துப் பார்க்கும் கொக்குடன், ஆகாயத்தை
அதிசயமாய்ப் பார்ப்பான்,
அழுக்குக்கையில் அவித்த பயிற்றை, திண்றே
ஆகவேண்டுமென ஆணையிடுவான் ;

வடியும் வியர்வையை, வைகை என அனுபவிப்பான்,
வானிலிருந்து ஒரு சொட்டு நீர் விழுந்தாலும், வலசை
போகும் பறவையாய்க் கூச்சலிடுவான் ;

உண்டு தீர்த்த போதும், இனியும்
உழுது பார்க்க ஆசை கொள்வான் ;

அவனோ -கற்பனைக்கும் அற்புதமாம் பேரன்பின் சாட்சி
அவனது நிலையோ இன்று, காவியமும் ஓவியமும் காணாத
காட்சி ;

அவன் கேட்பது நிதியை அல்ல நீதியை ;

ஆம், அவனே எம் விவசாயி

நிகரில்லா ஒப்பற்ற உழைப்பாளியைத் தாண்டிய,
தியாகியாக உள்ளான்

அவனையே இங்ஙனம், உதிர்ந்த இலையாகக் கருதுகிறேன்

நான் விரும்புகிறேன் என் கணிப்பு பொய்யாக
இருக்கவேண்டும்

ஆனந்தி.க

அவர்கள் , உதிர்ந்த அல்ல உதிரும் இலையாகக் கூட
இருக்கக்கூடாது என்று!

அணையும் சுடர்

தொப்புற்கொடி அறுபட்ட குழவி முதல்
தோல்தொங்கிய கிழவன் வரை உயிரூட்டுபவர் எவரோ ,
தன் உதிரம் விழிவழி , வழியக் கண்டவரும் அவரே ;
கருகிய பயிரையும் , அழுகிய நாற்றையும்
மடியும் தன் உயிர் என்பவர் எவரோ ,
கனவிலும் தன் கடமையினை மறத்தலாகாது என்பவரும்
அவரே ;
பச்சைத்தாயின் உடலைப் புண்ணாக்கி , விளையும்
நிலத்தை வேதனையாக்கி
கட்டிடம் நிறைந்த கல்லறையில் பயன் என்னவோ ?
இன்று இறைவனாம் விவசாயின் தற்கொலை ,
நாளை நம் சந்ததியின் பசிக்கொலை .....

பெண்ணே, பெண்மை

பெண் என்பவள் யாரோ ?

பெண்மை இன்றி உலகம் எங்கு,
பெண்மை அறிய உலகம் இங்கு
சமத்துவம் அளித்தீர் ,அதையும் சமயம் பார்த்து மிதித்தீர்
மங்கையின் மனதில் அச்சம் குடிக்கொண்டுதான் ,
அன்று ஜன்னலுக்கு பின்னால் ;
இன்று உலா வரும் வீதியின் முன்னால் ,
ஏழு பருவங்களை இன்பமுற கடப்பினும்,
எதிரில் வரும் மூடனால் கதிகலங்கி நிற்கிறாள் ,
எழுமுடியாமல் கிடக்கிறாள் ,எதிர்நோக்கியவன்
முரடன் அல்ல மூடன் என்பதால் ;
இன்றைய பெண்ணின் வேண்டுகோளோ
இந்நிலை ஒழிய வேண்டும் என்றில்லை ,
சற்றாவது குறையாதா என்றே ;
பெண்ணை , பெண் என்றில்லாது உயிர் எனக்காணும்
காலமே விரைந்து வருவாயாக!

பேதை முதல் பேரிளம்பெண் வரை

புருவத்திற்குள் அடங்கிய கண்களை அடக்கமுடியாமல் ,
பெண்ணிணத்தைக் கொச்சைப்படுத்தும் உன்
பார்வையால்
ஒரு பெண் சபிக்கப்படுகிறாள், உன் தாயாக இருக்கும்
காரணத்தினால்,
" இவனை பெற்றவள் ஒரு பெண் தானா" என்று !

செய்வாயோ பெண்ணுக்கு

நெருப்புத் தீயால் எரித்திருந்தால் பொறுத்திருப்பாள்,
வெறுப்பை உமிழும் கொடூர காமத்தீயால் எரித்தால்,
அவள் என் செய்வாள்;
இன்று பெண்ணுக்குச் செய்யும் ஒவ்வொரு இழிவும்
நாளை உன்னை பழிவாங்கும்
உனக்கு ஒரு பெண் குழந்தையாய்!

ஆணின் பார்வையில் ஒரு பெண்

அன்றோ, முடிய ஜன்னலின் சிறு துளையின் வழியே வீதியை
நோக்கமிட்டள்
இன்றோ ,அவ்விதியில் நகைப்புடன் உலா வருகிறாள்
அன்றோ, மகத்துவம் மறைத்து இருள் சூழ்ந்த புகையினுள்
துன்புற்றாள்
இன்றோ, சமத்துவம் பெற்று வாகைசூடி இன்புறுகிறாள்
அன்றோ , ஆண்மையெனும் கயிற்றால் சுழற்றப்பட்டாள்
இன்றோ அவ்வாண்மையிடம் தன் உரிமையை
புகட்டுகிறாள்
எங்ஙனம் காண்பேன், என் தாயை தவறாக
எங்ஙனம் தாழ்த்துவேன் என் தங்கையை அதிகாரமாக
எங்ஙனம் அடிமையாக்குவேன் என் மனைவியை
ஆதிக்கமாக
எங்ஙனம் தவிர்ப்பேன் என் தோழியை விரோதமாக
கண்டேன், பெண்ணை பெண்மையாக மட்டுமல்ல
தாய்மையாக , உரிமையாக !

சமூகச் சாரல்

விவசாயியின் கருப்பு தினம் (மே 26)

ஏர் பிடிப்பவன் நீதிக்காக வீதிக்கு வருகிறான் ,
ஏற்றத்தில் இருப்பவன் பளிங்கு காரில் உலா வருகிறான் ;

அதிரும் விவசாயியின் இடிகுரலை மிதித்து ,
அவசர சட்டத்திற்கு அவசியம் என்னவோ ;

அந்தி சாயும் வேளையிலும் அயராது உழைத்தவன் ,
அரைநிர்வாணத்தில் உரிமைக்காக மண்டியிட்டு
கிடக்கிறான் ;

கலப்பை பிடித்தும் சோர்வடையாக் கரங்கள் - போராட்டக்
கம்பளம் பிடித்து சோர்ந்து கிடக்கின்றன ;

வாக்குபெற்று அடையாளத்தை பெற்றதும் ,
வாழ்வு தரும் உழவனையே மிதிப்பதா ?

கருப்பு தினம் இன்று ,
விவசாயியின் 6 மாத போராட்ட தோல்வியா ? ?
அரசின் 7 ஆண்டு ஆட்சியின் வெற்றியா!

மாஞ்சோலை படுகொலை (ஜூலை 23 ,1999)

அன்னியர்கள் எதற்கு அடிமைபடுத்த நாங்களே
இருக்கிறோம் என நம் அரசு குழுமிய நாள்

ஆண் பெண் பாகுபாட்டின்றி கொன்று குவித்த காவல்துறை
இலத்திகள்

தனியார் நிறுவனத்திற்கு தலைசாய்த்து காவல்துறையுடன்
அரசு கைக்கோர்த்து நிகழ்த்திய கறுப்பு தினம்

தாமிரபரணி கரையெங்கும் இறந்து கிடந்த ஒற்றைச்
செருப்புகளின் சித்திரம்

உரிமைக்குரல்கள் நசுக்கப்பட்ட அவலக்காட்சி

முடிவு என்னவோ , மழலைமாறா குழந்தையடங்க 17
அப்பாவி சடலங்கள் ;

இதை எண்ணும் ஒவ்வொரு கணமும் கொலைவெறியுடன்
கண்ணீர் ததும்புகின்றன!

கொரோனா

சோக மௌனத்தின் கொடுநிழல் போர்த்திய உடல் ,
இருள் சூழ்ந்த எதிர்காலத்திற்குள் கூட செல்ல தடையா ,
இது இரண்டாம் அலையா ,ஆழி பேரலையா ,
பனி மூண்ட பாதையில் , வெயில் வீசி விலக்குவதை போல
மீட்க வழி பிறக்குமா ?

மழலை பிரியா குழந்தையும் பிணவறையை
மண்டாடுகிறது ,
அனைத்தும் வேண்டி ஆக்ஸிஜன் ஆலையில்
மண்டியிடுகிறான் ,
தன்னிறைவு நாட்டில் தகனம் செய்யக்கூட இடமில்லையே ,
தன்னலதினுள் உள்ள பொதுநலத்துடன் மீட்க வழி
பிறக்குமா ? ?

நிச்சயமின்மையால் நிறைந்த வாழ்வு இப்படியெல்லாமா
முற்று பெறும் ,
கண்ணீர் துடைக்க அல்ல கண்ணீர் வடிக்கக் கூட
ஆள் இல்லாமல் போகுமோ , முட்களின் வலி மரணம்
ஆகுமோ ,
அரியாசனம் வேண்டாம், அரவணைப்பு வேண்டாம் ,
ஆயுள் காப்பாற்ற வழி பிறக்குமா !

ஆனந்தி.க

நமக்கான ஒருவர் யார் ?

தேர்தலின் போது கண்ட இடமெல்லாம் இருப்பான்
தேர்தலுக்குப் பின் காணாது இருப்பான் ;

பாழடைந்த குடிசையில் பழைய கஞ்சியைக் கிழவியிடம்
பிடுங்கிக் குடிப்பான்
பார்ப்பவரெல்லாம் வியக்க பாராது, பளிங்கு காரில்
பறப்பான் ;

வந்தால் செய்வோம் வந்தால் செய்வோம் என்பான் ,
வந்தபோது என்ன செய்தீர்கள் என்று கேட்டால் வாய்
மூடிக்கொள்வான் ;

செருப்புக்காலென்றும் பாராமல் வயலுக்குள் இறங்கி
அழுகிய நாற்றுடன் நாடகமாடுவான்
செய்ய வேண்டிய பணியைக்கூடத் தட்டிக் கழிப்பான் ;

துணித் துவைத்தே தீருவேன் என்று தாய்மார்களைத்
தொல்லைப்படுத்துவான்
துன்பம் வரும் வேளையில் ஓடி ஒழிவான் ;

நாம் தேர்ந்தெடுக்க வேண்டியது நாட்டுக்கான ஒருவரை
அல்ல நமக்கான ஒருவரை ,
இந்த தேர்தலையாவது மாறுதலுக்காக பயன்படுத்துவோம்
!

வாலிப தென்றல்

மாயவனை நோக்கிய பயணம்

மழைத்துளி என் விழிகளை உரசி நழுவ,
மலர்களின் வாசத்தைக் கவர்ந்து வரும் தென்றல் எனை
வருட,
பகல் உலாவிகளானப் பட்டாம்பூச்சி என் சிகை கோரிட,
பாயும் பரிதி என்முன் பதுங்கி ஒளிர,
பறந்திடும் புள் (பறவை) என்னுடன் கைக்கோர்க்க,
ஒத்தையடி பாதையில் உல்லாசமாய் நான்,
கழலில் (பாதம்) தைத்த முள்ளும் அறியேன்,
தொடர்கிறேன் என் பயணத்தை மாயவன் உன்னை அடைய
!

ஏன்தானோ ?

மாயக் கண்ணால நீ பாத்ததுல ,வெக்கத்தில
குனிஞ்சவ இன்னும் நிமிரல நான்தானே ,

கறவேட்டி கட்டிக்கிட்டு நீ வரயிலெ - பறக்குற
புழுதி கூட அமிழ்து வழிவிடுது ஏன்தானோ ;

நீ நடந்த தடங்கள தொடருறே நான்தானே ,
உன்பேர நினைக்கும்போது சிலிர்க்கிறே ஏன்தானோ ;

தெருவில நீ வரும்போது ஓடி ஒழியுறே நான்தானே ,
உன்ன பாத்த அந்தகண்ணு நின்னுபோச்சு துடிக்கவே இல்ல
ஏன்தானோ ;

திருவிழாவில தொலஞ்ச பிள்ளபோல தவிக்கிறே
நான்தானே ,
பூவுல நீந்துற தேனாக உன்னினப்புல ஊறுறே ஏன்தானோ !

உன்னை என்னும் ஒவ்வொரு கணமும்

நிழல் நிஜமானது
நடிப்பு நளினமானது

பிரிவு பரிவானது
புதிர்கள் புலமையானது

வார்த்தைகள் வசியமானது
வானமகள் நாணமகளானது

சிக்கல் சீர்மையானது
சலிப்பு சகியானது

வஞ்சனை வேடிக்கையானது
விழுமம் விழலானது
உன்னை என்னும் ஒவ்வொரு கணமும் !

உன்முன் நான்

பிழையில்லா மொழி அறிந்தவள் -உன்
மொழியில்லா மௌனத்தில் அடிமையாகிறேன் ;

தூங்கவைக்க மடி விரித்தும், உன்னை
தூங்கவிடாது இம்சை கொள்ள விரும்புகிறேன் ;

உனக்கு சொடக்கெடுக்கும் ஒவ்வொரு வேளையும்
உன் கையில் பதினொன்றாவது விரல்
இருந்திருக்கக் கூடாதா என்று வருந்துகிறேன் !

வேண்டும் ....

உனதுவிழியின் நடுவே எனதுவிழியை நான்
காணவேண்டும்

உன்இதழ்கூற நினைப்பதை என்இதழ் கூற காணவேண்டும்

மகரந்தச்சேர்க்கைக்கு முன்னரே மலரின் தூய்மையை
அறிந்திடவேண்டும்

வாழ்ந்து விட்டேனா கனவுகளில் கடைசி வரை !

நீயே

எந்தன்மனம் கேட்கும் , எந்தன்விழி தேடும் என்பிம்பம்
நீயே

என்னை நானே பார்க்க, என்னை உன்னில்சேர்க்கும்
மாயம்நீயே

காயங்கள் ஆற்றும் , கைக்கோர்த்துநடக்கும் ஓர் துணை
நீயே

கலக்கத்தி லிருந்த என்னை புழக்கத்தில் புகுத்த
விரைந்தாயே

எந்தன்குடில் திறவும் , எந்தன்அகம் நுழையும் திறவி நீயே

எல்லைகள் போடவும் என்னை நீயே பேணவும் வந்தாயே

ஏனோ எனக்கு , மீட்டாதவீணை தருகின்றராகம் கேட்கிறது
என்காதலே !

எது நீ எது நான்

என் தேடல் நீயானால் ,
உன் திகட்டல் நானாவேன் ;

அடங்காத காற்று நீயானால் ,
அயராத அலை நானாவேன் ;

முன் பனி நீயானால் ,
முதல் மழை நானாவேன் ;

காதல் மறதி நீயானால் ,
காதல் பரிதி நானாவேன் ;

கோடையின் மழை நீயானால் ,
கொஞ்சும் குழவி நானாவேன் ;

என் முகவரி நீயானால் ,
உன் முழுமதி நானாவேன் ;

நானும் அவனும்

நானோ ,

திடுக்கென வரும் கட்டுப்பாடில்லாத வெள்ளமா நீ
இருந்தாலும் ,
இளைப்பாற மடி தருவே -நீ
திடமாய் தூங்கினாலும், தலை கோருவதை நிறுத்தமாட்டே ;

உனக்கு வியர்வையே வடிந்தாலு கண்ணீரென பதறுவே
உன்ன பிரிய கூடாதுனு கடிகார முள்ள மெதுவாக்குவே ;

அவனோ

கண் அசைவில என்ன அறியுற,
கற்றாழை சோத்துல ஈரத்த மறைக்கிற;

தட்டான் சண்டைய பாத்து சிரிக்கும் முகிலாய் என்ன
ரசிக்குற-
எனக்கு தட்டாங்கல் வெளையாட தெரியாதுனு
ஆட்டையாவே கலைக்குற

உறங்கி கெடந்த ஊத்தயும் ஊர்சூழ செய்யுற,
உள்ளங்கை ரேகயில என்ன காட்டுற .....

அழைப்பவர் யாரோ ?

துளையில்லாப் புல்லாங்குழல் இசை மீட்ட ,
தூதுவளைக் காம்பிளையும் தேன் வடிய
அழைப்பவர் யாரோ ?

கிழக்குத் திசையில் கதிரவன் மறைய
கொடுத்த வாக்கை வேட்பாளர் நிறைவேற்ற
அழைப்பவர் யாரோ ? ?

கருவிழி , இமைமூடினும் கணை நோக்க
கடைசிப்பயணம் என அறிந்தும் கால்கள்விரைய
அழைப்பவர் யாரோ ? ?

எச்சிலை விழுங்கவிடாது கழுத்துவரிகள் தடைச்செய்ய
எந்தன்இறுமாப்பு குரலும் இனிமையாய் மிளிர
அழைப்பவர் யாரோ!

வருடும் தென்றல்

களவாடப்பட்ட என் இரவுகள்

ஒற்றை விளக்கொளியுடன் கரும்போர்வை போர்த்திய இரவு

எட்டாத தூரத்தில் உலவும் நிலவை பிடிக்க அலையும்
கரங்கள் ,
துயிலாக் கண்ணுக்குள் ஆர்ப்பரிக்கும் கனாக்கள் ,
உறங்க துடிக்கும் இமைகள் ,உருண்டோடும் நினைவுகள் ,
ஒரு இடத்தில இராது முணுமுணுத்துக் கொண்டிருக்கும்
இதழ்கள் ,
உச்சந்தலைக்கும் உள்ளங்காலுக்கும் போர்வைக்கு மூளும்
சண்டைகள் ,
என் இமை விடியலை கண்டிடுமோ அல்லது இவ்விரவு
நீண்டிடுமோ !

ஏமாளி நானோ

கானல்நீர் நீயோ ,கிணற்றுத்தவளை நானோ ,
உன்னை நான்நோக்கும் வேளை இதுவோ ,
உன் விழிகளைக் கண்டு தேன் குடித்த நரியானேன் ,
உன் மொழிகளைக் கேட்டு மடைதிறந்த வெள்ளமானேன் ,
உன் வழியை உணர்ந்து காய்ச்சல் வந்த
கன்றுக்குட்டியானேன் ,
உன் உள்ள உறுதியைக் கண்டு உள்ளங்கை
நெல்லிக்கனியானேன் ,
இவையனைத்தும் கற்பனை என அறியாது இழவுகாத்த
கிளியாய் காத்திருக்கிறேன் !

கற்பனை காத்திருப்பு

மினுங்கும் நிலவினை விஞ்சும் விழியோடும்,
மயில்தோகையென ஆட்டமிடும் சிகையோடும்,
சிவப்புநிற அல்லியென சிவந்த முகத்தோடும்,
சாளரத்தை சாசனமாய்ப் (விதி) பற்றி,
பரவையினைக் (கடல்) காணக் கூச்சலிடும் மீன்னென,
மாரியினை சுவைக்க ஆர்ப்பரிக்கும்,
முகிலெனக் காத்திருக்கிறேன் .
மனதின் கனம் குறைய ,கணம் வழங்கி
என்னோடு கதைக்க ஓல்லென வருவாயாக !

அமைதியின் அழகு

அரி யணையின் அடையாளம் நீ
அற நெறியின் பிணை நீ
ஓசையின்றி கூறும் சம்மதம் நீ
ஓய்வின்றி விருந்தாற்றும் பரிவு நீ
தனி மையின் துணையாய் நீ
தாழ்த்துபவரை தகற்றும் கவசம் நீ
மகிழ்விலும் ஒரு சுகமாய் நீ
மங்கையின்மனம் விரும்பும் ஆயுதம் நீ
பகைமையை இணைக்குப் பாலமாய் நீ
பாசத்தைப் பிணைக்கும் சாதனம் நீ
ஆதியும் நீ ,அந்தமும் நீ !

என்னவனே

கால்பதித்த இடமெல்லாம் கங்கையென நீராடுவேன்

நீ வாய் திறந்தாலே , தேன்சொறிந்த மலரென சிலிர்ப்பேன்

என்னவனே நீ வலசை சென்றாலும் உனக்காக வாசலில்
காத்திருப்பேன்

எனை வருடவரும் தென்றலை உன் பக்கம்
அனுப்பிவைப்பேன்

உன் களைப்பைப் போக்க உன் விரலுக்கு
சொடுக்கெடுப்பேன்

உன் நினைவுகளிலெல்லாம் நான் உலவுவதுபோல்
உணர்வுகள் தோன்றுதடா

நான் வாழ்வதும் சாவதும் உன் இமையசைவினில்
உள்ளதடா !

ஆனந்தி.க

தனிமையா , வெறுமையா

விரும்பிய ஆதுர விழிகள் வெறுத்து ஒதுக்குகின்றன

வீசும்காற்றும் என்னிடம் வெறுமையை தெளித்திட்டு
கடக்கிறது

கண்ணீர்சிந்தா நொடிகளே கண்ணீர்வெள்ளம் கரைபுரள
வைக்கிறது

பிரிவுகளை விஞ்சிய பரிவுகளும் போலியாய்
உருவெடுக்கின்றன

வற்றாத நதியின் நீரூற்று பாலைவனமாக
காட்சியளிக்கிறது

அயர்வையும் அழகாக்கிய பொழுதுகள் எட்டாதூரத்தில்
சிறகடிக்கின்றன

துயர்கவ்வியநினைவுகள் பகிர வழியில்லாமல் சுருண்டு
கிடக்கிறது

இது, தனிமையா வெறுமையா !

கருமையே தொடர்கிறதே

சிதறிய வார்த்தையை காற்றினில் தேட,
அமானி இழந்தவளாக அமனியில் திரிகிறேன்;

வன்மைநிறைந்த நினைவுகள் இன்மையாய் உருமாற,
திசையறி யாவிடினும் தினசரி வாடுகிறேன்;

ஆழிவிரும்பா அலையென நான் சித்தரிக்கப்பட,
தளி சூழ்ந்தாலும் தழலென நோகுகிறேன்;

கருமையே தொடர்கிறது இமை திறப்பினும்

இக்கணத்தை விஞ்சும் இன்னுமொருகணம் பிறக்குமா!

வழியறியா வலி

உனைத் தேடி திரியும் உயிரல்லவா
என் மடியில் தலைசாய்க்க வா
எனக்கென யாரும் இல்லையா - காதலே
என் தந்தையாக வருவாயா
நாம் சென்ற சாலைகள் நீளுமா
விரைந்துசென்ற கால்கள் என்பக்கம் திரும்புமா
கடிந்த சொற்களே காதில் விழுதடா
கனத்த மனமோ, கணம் கணம் நோகுதடா
வடியும் கண்ணீரும் என்வழி சொல்லுமடா !

நண்பியே

நான் கேட்ட வரமா ?

நில்லாது அலைந்திடும் முகில்களாக சுற்றி திரிந்தோம் ,
நிச்சயமில்லா மாரியை கண்டுமகிழும் சிகியென
ஆடினோம் ;

நடுநடுங்க செய்யும் அசனியென போலி சண்டையிட்டோம்
நள்ளிரவில் துயிலா ஆந்தையென நகையாடி
ஆர்பாட்டமிட்டோம்

கட்டுச் சோறாக இருந்தாலும் கட்டுப்பாடின்றி தின்போம்
கலங்கரைவிளக்கமே எதிர் நின்றாலும் இடித்துவிட்டு
நடைபோடுவோம்

அடக்கிவைக்க ஆள் இருந்தும் அடங்காதவாறே திரிந்தோம்
அரவணைக்கும் அன்னை யென மடி பகிர்ந்தோம்

அறியா மையிலும் பல இரகசியங்கள் அறிந்தோம்
அறியாமலும் கோர்த்த கரங்கள் நழுவாது இருந்தோம்

கண்டதை பாடி, கண்மூடி ஆடினாலும் நம்நட்பை
ஒரு கணம் நினைத்தால் ,கண்கள்கலங்குது ,
கனாக்கள்நீளுது ,
இதுதான் நான் கேட்ட வரமோ !

மறுவுருவம்

(மறுவுருவம் --யார் அழைப்பது ,திரைப்படம் - மாறா)

யார் மறைப்பது யார் மறைப்பது ,யார் திரை இது
இமை அருகினில் இமை அருகினில் ,ஏன் மிளிருது
ஓய் என அதை தான் வெறுத்திட மனம் மழுப்புது
கரத்தின் அணைப்பைப் பிடித்து நடக்கத் தான் ஏங்குது

அண்மையில்பார்த்த ஆண்மையினால் அனைத்தும்
மறக்குமோ
அண்ணாந்துநோக்க என்இமைகள் ஏன் துடிக்குமோ
பரிவு நில்லாது , என்றும் பொய்யாது , காண தேகம்
சிலிர்க்கும்
பரி ஓயாது , சோர்ந்து நில்லாது பிடிக்க மனமோ துரத்தும்

யார் மறைப்பது யார் மறைப்பது யார் திரை இது
கரத்தின் அணைப்பைப் பிடித்து நடக்கத் தான் ஏங்குது

முடியும் வரை பயணம் நோக்கம் தெரியாதெனில்
முற்றும் அறியா குழவிமுறுவல் போலுள்ளதே
இடையில் நின்ற உரையாடல் முடியாதெனில்
இச்சை மனம் திறவாது யார் அறிவார்

அலைவார் அவரெல்லாம் மறைவாய், மறலி தவறு
அலைவார் அவர் தானே அறிவார்
அவர் அறியும் சேதி அரிது
அயராத அலையெல்லாம் நாமல்லவா

யார் மறைப்பது யார் மறைப்பது யார் திரை இது
இமை அருகினில் இமை அருகினில் ஏன் விலகுது
ஓய் என அதை தான் வெறுத்திட மனம் மழுப்புது
கரத்தின் அணைப்பைப் பிடித்து நடக்கத் தான் ஏங்குது

என்னை தவிர உலகில் யாவும் குருடனாய் ஆகிறான்
எவரும்காண காட்சியை தான் நான் காண போகிறேன்

கம்பன் இல்லாத கட்டுத்தறி பாட, பல இமைகள் விழிக்கும்
கதவு இல்லாத, பல கனாக்கள் திறவ புதிர்கள் எழும்பும்

யார் மறைப்பது யார் மறைப்பது யார் திரை இது
கரத்தின் அணைப்பைப் பிடித்து நடக்கத் தான் ஏங்குது !

நன்றியுரை

மைத் துளி சிந்தி எழுதிய என் காவியங்களை, தங்கள்
மணித்துளி சிந்தி வாசித்தமைக்கு நன்றி.
கவிதைக்கு பொய் அழகு என்பர் . ஆனால் அப்பொய்மையே
நம் வாழ்க்கையை சீர்குலைத்து விடும்.நாம் தற்காலிக
இன்பத்திற்காக உண்மையை தவிர்க்கிறோம். நம் வாழ்வு ,
தித்திக்கும் மாம்பழமாக ,துவர்க்கும் நெல்லியாக , புளிக்கும்
சாத்துக்குடியாக, கசக்கும் வேம்பாக சுழற்சிமுறையில்
இருக்கும் என்பது அனைவரும் அறிந்த ஒன்றே.எனவே
எப்படி இருப்பினும் , நாம் அதற்கு சரணடைந்து வாழாமல்
சகித்து வாழ்தல்வேண்டும் .நேரம் கிடைக்கும்
தருணங்களில் , தேன்சொறிந்த நம் தமிழை சுவைப்போம்,
பிறரையும் சுவைக்க தூண்டுவோம்.

நன்றி ....

.